# ദർശനമാ

ശ്രീ നാരായണഗുരു

*Title: Darsana Mala*

*Author: Sree Narayana Guru*

*Language: Malayalam*

*First Published on: 1916*

*Published on: 2024*

*Book Format: Paperback*

*Category: Poetry*

*Subject: Poetry*

*No. of pages: 25*

*Size: 6inch * 9inch*

# ഉള്ളടക്കം

This page is intentionally left Blank.

ആലുവാ സംസ്കൃതപാഠശാലയിൽ വിദ്യാർത്ഥികളുടെ ഉപയോഗം കരുതി രചിച്ച വേദാന്തപാഠങ്ങൾ. 1914-ലോ 1916-ലോ രചന.

# ദർശനമാല

## അധ്യാരോപദർശനം

ആസീദഗ്രേ സദേവേദം
ഭുവനം സ്വപ്നവത് പുനഃ
സസർജ്ജ സർവം സങ്കല്പ-
മാത്രേണ പരമേശ്വരഃ. 1

വാസനാമയമേവാദാ-
വാസീദിദമഥ പ്രഭുഃ
അസൃജന്മായയാ സ്വസ്യ
മായാവീവാഖിലം ജഗത്. 2

പ്രാഗുത്പത്തേരിദം സ്വസ്മിൻ
വിലീനമഥ വൈ സ്വതഃ
ബീജാദങ്കുരവത്സ്വസ്യ
ശക്തിരേവാസൃജത്സ്വയം. 3

ശക്തിസ്തു ദ്വിവിധാ ജ്ഞേയാ
തൈജസീ താമസീതി ച
സഹവാസോ നയോർ നാസ്തി
തേജസ്തിമിരയോരിവ. 4

മനോമാത്രമിദം ചിത്ര-
മിവാഗ്രേ സർവമീദൃശം;
പ്രാപയാമാസ വൈചിത്ര്യം
ഭഗവാംശ്ചിത്രകാരവത്. 5

ആസീത് പ്രകൃതിരേവേദം
യഥാ ദൗ യോഗവൈഭവഃ
വ്യതനോദഥ യോഗീവ
സിദ്ധിജാലം ജഗത്പതിഃ. 6

യദാ ത്മവിദ്യാസങ്കോച-
സ്തദാ വിദ്യാ ഭയങ്കരം
നാമരൂപാത്മനാ ത്യർത്ഥം
വിഭാതീഹ പിശാചവത്. 7

ഭയങ്കരമിദം ശൂന്യം
വേതാളനഗരം യഥാ
തഥൈവ വിശ്വമഖിലം
വ്യകരോദദ്ഭുതം വിഭുഃ. 8

അർക്കാദ്യഥാക്രമം വിശ്വം
തഥാ നൈവേദമാത്മനഃ
സുപ്തേരിവ പ്രാദുരാസീ-
ദ്യുഗപത്സ്വസ്യ വീക്ഷയാ. 9

ധാനാദിവ വടോ യസ്മാത്
പ്രാദുരാസീദിദം ജഗത്
സ ബ്രഹ്മാ സ ശിവോ വിഷ്ണുഃ
സ പരഃ സർവ ഏവ സഃ. 10

# അപവാദദർശനം

ചൈതന്യാദാഗതം സ്ഥൂല-
സൂക്ഷ്മാത്മകമിദം ജഗത്
അസ്തി ചേത്സദ്ഘനം സർവം
നാസ്തി ചേദസ്തി ചിദ്ഘനം. 1

അന്യന്ന കാരണാത് കാര്യം
അസദേതദതോ ഖിലം
അസതഃ കഥമുത്പത്തി-
രനുത്പന്നസ്യ കോ ലയഃ. 2

യസ്യോത്പത്തിർലയോ നാസ്തി
തത് പരം ബ്രഹ്മ നേതരത്
ഉത്പത്തിശ്ച ലയോ സ്തീതി
ഭ്രമത്യാത്മനി മായയാ. 3

കാരണാവ്യതിരിക്തത്വാത്
കാര്യസ്യ കഥമസ്തിതാ?
ഭവത്യതഃ കാരണസ്യ
കഥമസ്തി ച നാസ്തിതാ? 4

കാര്യത്വാദസതോ സ്യാസ്തി
കാരണം ന ഹ്യതോ ജഗത്
ബ്രഹ്മൈവ തർഹി സദസ-
ദിതി മുഹ്യതി മന്ദധീഃ. 5

ഏകസ്യൈവാസ്തി സത്താ ചേ-
ദന്യസ്യാസൗ ക്വ വിദ്യതേ?
സത്യസ്ത്യാത്മാശ്രയോ യദ്യ-
പ്യസതി സ്യാദസംഭവഃ. 6

വിഭജ്യാവയവം സർവ-
മേകൈകം തത്ര ദൃശ്യതേ
ചിന്മാത്രമഖിലം നാന്യ-
ദിതി മായാവിദൂരഗം. 7

ചിദേവ നാന്യദാഭാതി
ചിതഃ പരമതോ ന ഹി
യച്ച നാഭാതി തദസ-
ദ്യദസത്തന്ന ഭാതി ച. 8

ആനന്ദ ഏവാസ്തി ഭാതി
നാന്യഃ കശ്ചിദതോ ഖിലം
ആനന്ദഘനമന്യന്ന
വിനാ നന്ദേന വിദ്യതേ. 9

സർവം ഹി സച്ചിദാനന്ദം
നേഹ നാനാ സ്തി കിഞ്ചന
യഃ പശ്യതീഹ നാനേവ
മൃത്യോർ മൃത്യും സ ഗച്ഛതി. 10

# അസത്യദർശനം

മനോമയമിദം സർവം
ന മനഃ ക്വാപി വിദ്യതേ
അതോ വ്യോമ്നീവ നീലാദി
ദൃശ്യതേ ജഗദാത്മനി.            1

മനസോ നന്യയാ സർവം
കല്പ്യതേ വിദ്യയാ ജഗത്
വിദ്യയാ സൗ ലയം യാതി
തദാലേഖ്യമിവാഖിലം.            2

വിജൃംഭതേ യത്തമസോ
ഭീരോരിഹ പിശാചവത്
തദിദം ജാഗ്രതി സ്വപ്ന-
ലോകവദ് ദൃശ്യതേ ബുധൈഃ.            3

സങ്കല്പകല്പിതം ദൃശ്യം
സങ്കല്പോ യത്ര വിദ്യതേ
ദൃശ്യം തത്ര ച നാന്യത്ര
കുത്രചിദ്രജ്ജുസർപ്പവത്.            4

സങ്കല്പമനസോഃ കശ്ചി-
ന്നഹി ഭേദോ സ്തി യന്മനഃ
തദവിദ്യാ തമഃ പ്രഖ്യ-
മിന്ദ്രജാലമിവാദ്ഭുതം.            5

മരീചികാവത് പ്രാജ്ഞസ്യ
ജഗദാത്മനി ഭാസതേ
ബാലസ്യ സത്യമിതി ച
പ്രതിബിംബമിവ ഭ്രമാത്.      6

ആത്മാ ന ക്ഷീരവദ്യാതി
രൂപാന്തരമതോ ഖിലം;
വിവർത്തമിന്ദ്രജാലേന
വിദ്യതേ നിർമ്മിതം യഥാ.      7

മായൈവ ജഗതാമാദി-
കാരണം നിർമ്മിതം തയാ
സർവം ഹി മായിനോ നാന്യ-
ദസത്യം സിദ്ധിജാലവത്.      8

വിഭാതി വിശ്വം വൃദ്ധസ്യ
വിയദ്വനമിവാത്മനി
അസത്യം പുത്രികാരൂപം
ബാലസ്യേവ വിപര്യയഃ.      9

ഏകം സത്യം ന ദ്വിതീയം
ഹ്യസത്യം ഭാതി സത്യവത്
ശിലൈവ ശിവലിംഗം ന
ദ്വിതീയം ശില്പിനാ കൃതം.      10

## മായാദർശനം

ന വിദ്യതേ യാ സാ മായാ
വിദ്യാ വിദ്യാ പരാ പരാ
തമഃ പ്രധാനം പ്രകൃതിർ
ബഹുധാ സൈവ ഭാസതേ. 1

പ്രാഗുത്പത്തേർ യഥാ ഭാവോ
മൃദേവ ബ്രഹ്മണഃ പൃഥക്
ന വിദ്യതേ ബ്രഹ്മ ഹി യാ
സാ മായാ മേയവൈഭവാ. 2

അനാത്മാ ന സദാത്മാ സദ്
ഇതി വിദ്യോതതേ യയാ
സാ വിദ്യേയം യഥാ രജ്ജു-
സർപ്പതത്ത്വാവധാരണം. 3

ആത്മാ ന സദനാത്മാ സദ്
ഇതി വിദ്യോതതേ യയാ
സൈവാവിദ്യാ യഥാ രജ്ജു-
സർപ്പയോരയഥാർത്ഥദൃക്. 4

ഇന്ദ്രിയാണി മനോബുദ്ധീ
പഞ്ചപ്രാണാദയോ യയാ
വിസൃജ്യന്തേ സൈവ പരാ
സൂക്ഷ്മാങ്ഗാനി ചിദാത്മനഃ. 5

അങ്ഗാന്യേതാന്യവഷ്ടഭ്യ
സുഖീ ദുഃഖീവ മുഹ്യതി
ചിദാത്മാ മായയാ സ്വസ്യ
തത്ത്വതോ സ്തി ന കിഞ്ചന. 6

ഇന്ദ്രിയാണാം ഹി വിഷയഃ
പ്രപഞ്ചോ യം വിസൃജ്യതേ
യയാ സൈവാ പരാ ധ്യാത്മ-
സ്ഥൂലസങ്കല്പനാമയീ. 7

ശുക്തികായാം യഥാ ജ്ഞാനം
രജതസ്യ തഥാത്മനി
കല്പിതസ്യ നിദാനം ത-
ത്തമ ഇത്യവഗമ്യതേ. 8

ധീയതേ സ്മിൻ പ്രകർഷേണ
ബീജേ വൃക്ഷ ഇവാഖിലം
അതഃ പ്രാധാന്യതോ വാ സ്യ
പ്രധാനമിതി കഥ്യതേ. 9

കരോതീതി പ്രകർഷേണ
പ്രകൃത്യൈവ ഗുണാൻ പൃഥക്
നിഗദ്യതേ സൗ പ്രകൃതി-
രിതീഹ ത്രിഗുണാത്മികാ. 10

# ഭാനദർശനം

അന്തർബഹിർവദാസീനം
സദാ ഭ്രമരചഞ്ചലം
ഭാനം ദ്വിധൈവ സാമാന്യം
വിശേഷ ഇതി ഭിദ്യതേ.      1

സ്ഥൂലം സൂക്ഷ്മം കാരണം ച
തുര്യം ചേതി ചതുർവിധം
ഭാനാശ്രയം ഹി തന്നാമ
ഭാനസ്യാപ്യുപചര്യതേ.      2

ദൃശ്യതാമിഹ കായോ ഹം
ഘടോ യമിതി ദൃശ്യതേ
സ്ഥൂലമാശ്രിത്യ യദ്ഭാനം
സ്ഥൂലം തദിതി മന്യതേ.      3

അത്ര കായോ ഘട ഇതി
ഭാനം യത്തദ്വിശിഷ്യതേ
തഥാ ഹമയമിതി യത്
സാമാന്യമിതി ച സ്മൃതം.      4

ഇന്ദ്രിയാണി മനോബുദ്ധീ
വിഷയാഃ പഞ്ചവായവഃ
ഭാസ്യന്തേ യേന തത്സൂക്ഷ്മം
അസ്യ സൂക്ഷ്മാശ്രയത്വതഃ.      5

അജ്ഞോ ഹമിതി യദ്ഭാനം
തത് കാരണമുദാഹൃതം
അത്രാഹമിതി സാമാന്യം
വിശേഷോ ജ്ഞ ഇതി സ്ഫുരത്.     6

അഹം ബ്രഹ്മേതി യദ്ഭാനം
തത്തുര്യമിതി ശംസ്യതേ
സാമാന്യമഹമിത്യംശോ
ബ്രഹ്മേത്യത്ര വിശിഷ്യതേ.     7

യത്ര ഭാനം തത്ര ഭാസ്യം
ഭാനം യത്ര ന തത്ര ന
ഭാസ്യമിത്യന്വയേനാപി
വ്യതിരേകേണ ബോധ്യതേ.     8

യഥാ ദൃഗ്ദൃശമാത്മാനം
സ്വയമാത്മാ ന പശ്യതി
അതോ ന ഭാസ്യതേ ഹ്യാത്മാ
യം പശ്യതി സ ഭാസ്യതേ.     9

യദ് ഭാസ്യതേ തദധ്യസ്തം
അനധ്യസ്തം ന ഭാസ്യതേ
യദധ്യസ്തം തദസദ-
പ്യനധ്യസ്തം സദേവ തത്.     10

# കർമ്മദർശനം

ആത്മൈവ മായയാ കർമ്മ
കരോതി ബഹുരൂപധൃക്
അസങ്ഗഃ സ്വപ്രകാശോ പി
നിദ്രായാമിവ തൈജസഃ. 1

മന്യേ വദാമി ഗൃഹ്ണാമി
ശൃണോമീത്യാദി രൂപതഃ
ക്രിയതേ കർമ്മ പരമാ-
ത്മനാ ചിത്തേന്ദ്രിയാത്മനാ. 2

ആത്മൈവ കർമ്മണഃ പൂർവ-
മന്യത് കിഞ്ചിന്ന വിദ്യതേ
തതഃ സ്വേനൈവ കർമ്മാണി
ക്രിയന്തേ നിജമായയാ. 3

ശക്തിരസ്ത്യാത്മനഃ കാചി-
ദ്ദുർഘടാ ന പൃഥക് സ്വതഃ
തയൈവാരോപ്യതേ കർമ്മ
നിഖിലം നിഷ്ക്രിയാത്മനി. 4

സർവദാ സംഗ ഏവാത്മാ-
ജ്ഞതയാ കർമ്മസങ്ഗിവത്
കരോതി ന കരോമീതി
ന ജ്ഞഃ കർമ്മസു സജ്ജതേ. 5

ജ്വലതി ജ്വലനോ വായുർ-
വാതി വർഷതി വാരിദഃ
ധരാത്മാ സൻ ധരതി ഖ-
ല്വേകോ വഹതി വാഹിനീ. 6

ഊർദ്ധ്വം പ്രാണോ ഹ്യധോ പാനഃ
ഖല്വേകോ യാതി നിഷ്ക്രിയഃ
നാഡ്യന്തരാളേ ധമതി
ക്രന്ദതി സ്പന്ദതി സ്ഥിതഃ. 7

അസ്തിജന്മർദ്ധിപരിണ-
ത്യപക്ഷയവിനാശനം
ഷഡ്ഭാവമിഹ യോ യാതി
സ നാന്യോ വിക്രിയാത്മനഃ. 8

സ്വയം ക്രിയന്തേ കർമ്മാണി
കരണൈരിന്ദ്രിയൈരപി
അഹം ത്വസങ്ഗഃ കൂടസ്ഥ
ഇതി ജാനാതി കോവിദഃ. 9

ദൃശ്യത്വാദ് ഭാസ്യമഹമ-
പ്യതോ ഹം ശുക്തിരംഗവത്
അധ്യസ്തമേക ഏവാദ്യ
ശ്വോ പി സർവോപരി സ്ഥിതഃ. 10

# ജ്ഞാനദർശനം

ജ്ഞാനമേകം ഹി നിരുപാ-
ധികം സോപാധികം ച തത്
അഹങ്കാരാദിഹീനം യജ്-
ജ്ഞാനം തന്നിരുപാധികം. 1

അഹന്തയാ ന്തർബഹിര-
സ്തി യദേവമിദന്തയാ
ഭാനവൃത്ത്യാ ന്വിതം യത്തു
ജ്ഞാനം സോപാധികം മതം. 2

അനാത്മനാമഹങ്കാരാ-
ദീനാം യേനാനുഭൂയതേ
സാക്ഷീ തദാത്മജ്ഞാനം സ്യാ-
ദ്യേനൈവാമൃതമശ്യതേ. 3

അഹങ്കാരാദികാര്യം യ-
ദനാത്മകമസംഖ്യകം
യേനാവഗമ്യതേ നാത്മ-
ജ്ഞാനം തദവധാര്യതേ. 4

യഥാവദ് വസ്തുവിജ്ഞാനം
രജ്ജുതത്ത്വാവബോധവത്
യത്തദ്യഥാർത്ഥവിജ്ഞാന-
മയഥാർത്ഥമതോ ന്യഥാ. 5

യത്സാന്നിദ്ധ്യാദേവ സർവം
ഭാസതേ സ്വയമേവ തത്
പ്രത്യക്ഷജ്ഞാനമിതി ചാ-
പരോക്ഷമിതി ലക്ഷ്യതേ. 6

യയാ നുസാധകം സാധ്യം
മീയതേ ജ്ഞാനരൂപയാ
വൃത്ത്യാ സാ നുമിതിഃ സാഹ-
ചര്യസംസ്കാരജന്യയാ. 7

ഗത്വാ സമീപം മേയസ്യ
മീയതേ ശ്രുതലക്ഷണഃ
യയാ സംവിത് സോപമിതിർ-
മൃഗോ യമിതി രൂപയാ. 8

അഹം മമേതി ജ്ഞാനം യദ്
ഇദം തദിതി യച്ച തത്
ജീവജ്ഞാനം തദപര-
മിന്ദ്രിയജ്ഞാനമിഷ്യതേ. 9

ഓം തത് സദിതി നിർദ്ദിഷ്ടം
ബ്രഹ്മാത്മൈക്യമുപാഗതം
കല്പനാദിവിഹീനം യ-
ത്തത് പരജ്ഞാനമീര്യതേ. 10

# ഭക്തിദർശനം

ഭക്തിരാത്മാനുസന്ധാനം
ആത്മാ  നന്ദഘനോ യതഃ
ആത്മാനമനുസന്ധത്തേ
സദൈവാത്മവിദാത്മനാ.        1

അനുസന്ധീയതേ ബ്രഹ്മ
ബ്രഹ്മാനന്ദഘനം യതഃ
സദാ ബ്രഹ്മാനുസന്ധാനം
ഭക്തിരിത്യവഗമ്യതേ.        2

ആനന്ദമേവ ധ്യായന്തി
സർവേ ദുഃഖം ന കശ്ചന
യദാനന്ദപരം ധ്യാനം
ഭക്തിരിത്യുപദിശ്യതേ.        3

ആത്മൈവ ബ്രഹ്മ ഭജതി
നാന്യമാത്മാനമാത്മവിത്
ഭജതീതി യദാത്മാനം
ഭക്തിരിത്യഭിധീയതേ.        4

ആനന്ദ ആത്മാ ബ്രഹ്മേതി
നാമൈതസ്യൈവ തന്യതേ
ഇതി നിശ്ചിതധീർ യസ്യ
സ ഭക്ത ഇതി വിശ്രുതഃ.        5

ആനന്ദോ ഹമഹം ബ്രഹ്മാ-
ത്മാ ഹമസ്മീതി രൂപതഃ
ഭാവനാ സതതം യസ്യ
സ ഭക്ത ഇതി വിശ്രുതഃ. 6

ഭാര്യാ ഭജതി ഭർത്താരം
ഭർത്താ ഭാര്യാം ന കേവലം
സ്വാനന്ദമേവ ഭജതി
സർവോ പി വിഷയസ്ഥിതം. 7

ഏവം പശ്യതി കുത്രാപി
വിദ്വാനാത്മസുഖം വിനാ
ന കിഞ്ചിദപരം തസ്യ
ഭക്തിരേവ ഗരീയസീ. 8

ലോകസ്യ പിതരി സ്വസ്യ
ഗുരൗ പിതരി മാതരി
സത്യസ്യ സ്ഥാപയിതരി
തത്പഥേനൈവ യാതരി. 9

നിയന്തരി നിഷിദ്ധസ്യ
സർവേഷാം ഹിതകർത്തരി
യോ നുരാഗോ ഭക്തിരത്ര
സാ പരാ പരമാത്മനി. 10

# യോഗദർശനം

സതതം യോജയതി യദ്
യുനക്തി ച ചിദാത്മനി
മനോനിരോധരൂപോ യം
സ യോഗ ഇതി ശംസിതഃ.      1

ന ദ്രഷ്ടാ ദർശനം ദൃശ്യം
വിദ്യതേ യത്ര തത്ര ഹൃത്
യോജയേദ് വാസനാ യാവദ്
യോഗോ യമിതി യോഗവിത്.      2

നാമരൂപമിദം സർവം
ബ്രഹ്മൈവേതി വിലീയതേ
യദ് ബ്രഹ്മണി മനോ നിത്യം
സ യോഗ ഇതി നിശ്ചിതഃ.      3

ചിത്തസ്യ തൈലധാരാവ-
ദ്വൃത്ത്യാ വിച്ഛിന്നയാ  ത്മനി
നിരന്തരം രമ്യതേ യത്
സ യോഗോ യോഗിഭിഃ സ്മൃതഃ.      4

യതോ യതോ മനോ യാതി
സദാ  ത്മനി തതസ്തതഃ
നിയമ്യ യോജയേദേതദ്
യോഗോ യം യുജ്യതാമിഹ.      5

സർവാനർത്ഥകരഃ പുംസാം
സങ്കല്പഃ കല്പിതൈഃ സഹ
ഉന്മൂല്യ വാസനാജാലൈര്‍-
യേനാത്മനി നിരുധ്യതേ.     6

ദൃശ്യസ്യ ന ദൃശോ സ്തിത്വം
അതോ ദൃശ്യം ദൃഗാത്മകം
ഇതി യുഞ്ജീത ദൃഗ്രൂപേ
യഃ സ യോഗവിദാം വരഃ.     7

യദാ പിബൻ മനോഭൃങ്ഗഃ
സ്വാനന്ദമധുമാധുരീം
ന സ്പന്ദതി വശീകൃത്യ
യോജിതോ യോഗവായുനാ.     8

ധ്യാനമന്തര്‍ ഭ്രുവോര്‍ ദൃഷ്ടിര്‍-
ജിഹ്വാഗ്രം ലംബികോര്‍ധ്വതഃ
യദാ സ്യാത് ഖേചരീമുദ്രാ
നിദ്രാലസ്യാദി നാശിനീ.     9

ജ്ഞാനം കര്‍മ്മേതി ലോകേ സ്മിൻ
ദ്വിധാ യോഗഃ സമാസതഃ
അനയോര്‍ യോഗവിസ്താരഃ
സര്‍വഃ പരിസമാപ്യതേ.     10

# നിർവാണദർശനം

നിർവാണം ദ്വിവിധം ശുദ്ധ-
മശുദ്ധം ചേതി തത്ര യത്
ശുദ്ധം നിർവാസനം തദ്വദ്
അശുദ്ധം വാസനാന്വിതം.    1

അതിശുദ്ധം ശുദ്ധമിതി
ശുദ്ധം ച ദ്വിവിധം തഥാ
അശുദ്ധശുദ്ധം ചാശുദ്ധ-
മശുദ്ധാശുദ്ധമുച്യതേ.    2

അതിശുദ്ധം ത്രിധാ പശ്ചാദ്
വരേ ചൈകം വരീയസി
ഏകമേകം വരിഷ്ഠേ ഥ
ശുദ്ധം ബ്രഹ്മവിദി സ്ഥിതം.    3

അശുദ്ധശുദ്ധം വിരജ-
സ്തമോ ന്യത് സരജസ്തമഃ
മുമുക്ഷൗ പ്രഥമം വിദ്യാദ്
ദ്വിതീയം സിദ്ധികാമിഷു.    4

ദഗ്ധ്വാ ജ്ഞാനാഗ്നിനാ സർവ-
മുദ്ദിശ്യ ജഗതാം ഹിതം
കരോതി വിധിവത് കർമ്മ
ബ്രഹ്മവിദ് ബ്രഹ്മണി സ്ഥിതഃ    5

സംന്ന്യസ്യ സർവകർമ്മാണി
സതതം ബ്രഹ്മനിഷ്ഠയാ
യശ്ചരത്യവനൗ ദേഹ-
യാത്രായൈ ബ്രഹ്മവിദ്വരഃ. 6

അന്യേന വേദിതോ വേത്തി
ന വേത്തി സ്വയമേവ യഃ
സ വരീയാൻ സദാ ബ്രഹ്മ-
നിർവാണമയമശ്നുതേ. 7

സ്വയം ന വേത്തി കിഞ്ചിന്ന
വേദിതോ പി തഥൈവ യഃ
സ വരിഷ്ഠഃ സദാ വൃത്തി-
ശൂന്യോ യം ബ്രഹ്മ കേവലം. 8

ഹേയോപാദേയതാ ന ഹ്യ-
സ്യാത്മാ വാ സ്വപ്രകാശകഃ
ഇതി മത്വാ നിവർത്തേത
വൃത്തിർ നാവർത്തതേ പുനഃ. 9

ഏകമേവാദ്വിതീയം ബ്ര-
ഹ്മാസ്തി നാന്യന്ന സംശയഃ
ഇതി വിദ്വാൻ നിവർത്തേത
ദ്വൈതാന്നാവർത്തതേ പുനഃ. 10

ഓം തത് സത്.

★ ★ ★

Milton Keynes UK
Ingram Content Group UK Ltd.
UKHW050629160724
445389UK00012B/658

9 798881 230371